काय राहिले बाकी

चेतन पवार

ISBN : 979-889415411-4

मूल्य : रु १७० /-

काय राहिले बाकी (मराठी गझलसंग्रह)
गझलकार : चेतन पवार
KAY RAHILE BAKI (MARATHI GAZALSANGRAH)
GAZALKAR By Chetan Pawar

© सर्व हक्क : चेतन संजय पवार
मु.पोफळ शिवणी पोस्ट.वाघाळा
ता.सिंदखेड राजा जि.बुलडाणा
(महाराष्ट्र) पिनकोड. ४४३२०२
भ्रमणध्वनी : ९६ ०४ २४ २३ ३४

प्रथम आवृती : १३ मे २०२३
प्रकाशक व मुद्रक : Notion Press Publishing
अक्षरजुळवणी व मांडणी : चेतन पवार
मुद्रितशोधन : गणेश शिंदे दुसरबीडकर
मुखपृष्ठ व मलपृष्ठ : चेतन पवार

माझा लहान भाऊ पवन पवार जो नावाप्रमाणेच

हवेसारखा कळू न देता पंचतत्वात विलीन झाला

त्यास अर्पण

ऋणनिर्देश

श्री.गणेश शिंदे दुसरबीडकर

श्री. रमेश बुरबुरे

स्वार्थी जगामध्ये लोक एकमेकांचे पाय खेचून लोकांना पुढे जाण्यापासून रोखत असताना ही दोन माणसं कायम पाठीमागे उभे राहिली. लिहीण्यासाठी प्रोत्साहन देत राहिली, या दोन्ही मोठ्या बंधूंप्रती ऋण व्यक्त करतो.

प्रस्तावना

मी गझलेत काय लिहिले आहे ते इतरांकडून लिहून घेतले तर माझ्या गझलेस न्याय मिळणार नाही.

माझ्या गझल कशा आहेत हे वाचक ठरवतीलच.....

मनोगत

इतक्या गझल लिहिल्यानंतर मनोगतात आणखी काय वेगळे लिहिणार,माझ्या गझलचं माझे मनोगत आहे.

खूप झाले काळजावर घाव आता

मिटविले सखये तुझे मी नाव आता

भेटण्यासाठी जिथे मज यायची तू

आठवत नाही मला ते गाव आता

छळत असते मज तुझी ती याद हल्ली

वाहती डोळे किती भरधाव आता

अंगठी अन चार पत्रे जवळ होती

राहिला नाही तयांना भाव आता

खेळता मज येत नाही काळजाशी

जिंकली तू हारलो मी डाव आता

प्रेम म्हणजे भावनांचा खेळ आहे

राहिला नाही खऱ्याला वाव आता

फक्त देऊ नको ही निशाणी मला
दुःख दे नेहमी खानदानी मला

एक वेडी असेही म्हणाली मला
बोलतो तू कशाला शहाणी मला

पात्र नव्हतीस तू ज्या कथेची प्रिये
अर्धवट वाटली ती कहाणी मला

सावली भावली यामुळे तर खरे
फार छळले पुढे ह्या उन्हांनी मला

एवढ्याने बरा फक्त होईल मी
घे तु मांडीवरी पाज पाणी मला

मनाच्या आत झालेली जखम साधीसुधी नव्हती

मनाच्या खोल जखमेवर कुठेही औषधी नव्हती

दिसायाचे जरी होते तिला सुंदर जगासाठी

जगाच्या आरश्याची पण तिला ही संमती नव्हती

पुरावा घे सखे इतका तुला नव्हतो विसरलो मी

दिलेली तू जखम सुध्दा कधी केली बरी नव्हती

तुला विसरून जाण्याचा जरी केलाय निश्चय मी

तयारी काळजाची पण मनाची शाश्वती नव्हती

मिळवले सर्वकाही मी तरीसुद्धा घरी माझ्या

कमी होती तुझी केवळ कशाचीही कमी नव्हती

स्वार्थापुरते जोडत आहे नाव कदाचित

उतरत आहे आता त्यांचे भाव कदाचित

हरवलाय तो एकांताच्या गर्दीमध्ये

असेल हरला अस्तित्वाचा डाव कदाचित

ध्येय गाठण्याआधी रस्ता तुझा संपतो

जिंकायाची कमीच पडते धाव कदाचित

कुठे राहतो? या प्रश्नाला उत्तर नव्हते

विरहामध्ये हरवुन गेले गाव कदाचित

ती येण्याची अजून दिसते आशा त्याला

भरले नाही अजून त्याचे घाव कदाचित

काम केले मी तयांचे मानले आभार त्यांनी

माझियासाठी पुढे मग बंद केले दार त्यांनी

जे म्हणाले मीच करतो काम तुमचे द्या मला मत

त्यापुढे मग पाच वर्षे फसवले साभार त्यांनी

खूप वर्षांनी तयांच्या चेहऱ्यावर हास्य फुलले

सोसलेला जीवघेण्या आसवांचा भार त्यांनी

एकट्याने होत नाही जिंदगीभर पायपिट मग

ध्येय वेड्या माणसांचा घेतला आधार त्यांनी

मी प्रकाशाने दिलेली साथ त्यांना आजवर पण

नेमका होता दिला मज जन्मभर अंधार त्यांनी

किती मोठा असो दिग्गज कुणालाही नडू शकतो

जुना आजार आहे मी तुम्हालाही जडू शकतो

मला टाळायचे टाळा करा हेटाळणी सुध्दा

गरज तुमचीच आहे का? स्वतः सुध्दा घडू शकतो

विनाकारण मला तुमचा असा हा गर्व दाखवतो

जरी मोठा कुणी सुध्दा किती खाली पडू शकतो

जरीही चांगले सारेच आहे वाटते हल्ली

फुलासोबत मला काटा इथेही सापडू शकतो

जुन्या बदलून लोकांना बदल घडवायचा आहे

जराश्या ताकदीनेही बदल मोठा घडू शकतो

असा अंदाज माझा वेगळा पाहून मी सुध्दा

कुणाला आवडू शकतो कुणाला नावडू शकतो

बोचणाऱ्या या जगाला फक्त आता टाळतो
मी मनाच्या आत माझ्या फेरफटका मारतो

एवढे लक्षात आहे ठेवलेले मी अता
थांबणारा संपतो अन चालणारा जिंकतो

वाट काटेरी असो वा खाच खळग्याची असो
पाय जर मजबूत माझे मी निरंतर चालतो

संकटाची वेळ येता कोण नसतो आपला
मी जगापासून आता वेगळा या राहतो

काल होती आज नाही अन उद्या नसणारही
येत नसते ती पुन्हा का वाट पाहत थांबतो

कालचा अंदाज माझा शेवटी ठरला बरोबर

समजलो होतो नदी मी ती निघाली खोल सागर

केवढा विश्वास नात्यावर तुला आहे मुली पण

व्हायच्याआधीच धोका यातुनी वेळीच सावर

आस लग्नाची मुलीच्या लागलेली पण तरीही

कर्ज घेऊनी विकावे लागते संपूर्ण वावर

थांबला क्षणभर कसाई कापताना बोकडाला

शेवटी माणूस तो ही कापतो ना हात थरथर

वाटते भीती तुला जर माणसे गमवायची तर

तू नको ठेवू कधीही कोणत्या नात्यात जर-तर

ज्यांना जमले त्यांनी हाती पाटी धरली

ज्यांना जमले नाही त्यांनी काठी धरली

आयुष्याचे भवितव्य ठरवणारी होती

गोष्ट ताणून म्हणून इतक्यासाठी धरली

प्रत्येकाच्या मनात दबून आहे इच्छा

कोणी धरतो छोटी कोणी मोठी धरली

किती असू दे डोंगर मोठा फोडू शकतो

मनात मी ही ताकद आणि चिकाटी धरली

बिनकामाची इथली गर्दी बघून आलो

वाट वेगळी फक्त मी स्वतःसाठी धरली

वेळ येते जायची अन भेट घेता येत नाही
या क्षणासाठी कधीही परत येता येत नाही

नेत असतो गाव गोष्टी तू तुझ्या शहरात मित्रा
पण तुझ्या शहरात माझे गाव नेता येत नाही

तू दिला धोका मला अन घेतला तू फायदाही
पण तुझ्यावर का मला हा आळ घेता येत नाही

जो तिचा होता पसारा जन्मभर सांभाळला मी
हा असे ऐवज असा कोणास देता येत नाही

जीव देता कार्यकर्ता फक्त येतो सांत्वनाला
त्या अगोदर पण कधी कुठलाच नेता येत नाही

एक म्हतारा गाडीमध्ये गाणी ऐकत आहे

एक पोरगा गाडीमध्ये पुस्तक वाचत आहे

एक समूह खुबीने त्यांच्या गझल ऐकवत असतो

समूह दुसरा गजल,गझल शब्दावर भांडत आहे

एक उखाणा दुसऱ्यासोबत सजून धजून गेला

एक उखाणा झाडावरती तडफत,लटकत आहे

गाडीमधला गरीब कोणी कचरा फेकत गेला

रस्त्यावरची श्रीमंती तो कचरा उचलत आहे

पैसेवाला झटक्यात निघाला काम करुन त्याचे

कास्तकार जीवनभर केवळ चकरा मारत आहे

बागेतल्या फुलाला नाही कसे म्हणू मी

प्रेमळ तुझ्या मनाला नाही कसे म्हणू मी

जर भेटलीच संधी सोने करून घेतो

हातातल्या क्षणाला नाही कसे म्हणू मी

जर फक्त शिक्षणाने मिळतोय खास दर्जा

पाटी नि पुस्तकाला नाही कसे म्हणू मी

हातामधे कटोरी पोटात भूक दिसते

निष्पाप लेकराला नाही कसे म्हणू मी

सावली मागीतली की ऊन येते

दु:ख ही माझ्याकडे चालून येते

दूर करते नेहमी अंधार माझा

ती स्वत:ला केवढी जाळून येते

जर खरे समजावणेही व्यर्थ असते

एवढी मोठी समज काहून येते

आत माझ्या राहतो जर खोल सागर

भेट घेण्या ती नदी होऊन येते

नाव दारावर तिचेही शोभते बघ

जी स्वत:चा उंबरा लांघून येते

सुखास कानाडोळा करतो

दु:ख जगाचे गोळा करतो

मनासारखे मिळण्यासाठी

किती स्वत:ला भोळा करतो

हृदय फक्त बदनाम राहिले

घात खरा तर डोळा करतो

वाट पाहतो अपुली मृत्यू

जन्म उगा धांडोळा करतो

कर्ज काढून बैल आणतो

आणि साजरा पोळा करतो

सावलीसोबत जिची फारकत झाली

ती उन्हासोबत सुखी संसार करते

त्रास देते पण तरी जगणे शिकवते

वेदनाही बघ किती उपकार करते

शक्यतेला द्यायचा नाहीच थारा

माणसाला शक्यता लाचार करते

तू नको राहू तिच्याही भरवश्यावर

ती मनाचा नेहमी बाजार करते

शांत कर तू आतल्या कोलाहलाला

एक ठिणगी भांडणाला दार करते

चूक झाली कोणती दाखव मला

मग तुझ्या तालावरी नाचव मला

साथ देतो अडथळ्यामध्येच मी

पण तुम्ही समजू नका सांकव मला

फक्त स्पर्शाने तुझ्या भिजलोय तर

फुंक थोडे श्वास अन वाळव मला

जर फुलाने पायही रक्ताळले

एकदा काट्यावरी चालव मला

वाटतो आहे तुला बेसूर तर

घे गळ्यामध्ये तुझ्या आळव मला

प्रेम कर माझ्यावरी तू नेहमी

मग हवेतर जन्मभर रागव मला

एकदा गेलोच तर जाईल मी

नेमके हृदयात तू साठव मला

फाटलेल्या जीवनाचे पान मी

पुस्तकाला तू तुझ्या चिपकव मला

तुझ्या अगोदर झाले आहे

दुःख अनावर झाले आहे

तू गेल्यावर रडत राहिलो

नयन सरोवर झाले आहे

कधी इथे तर कधी तिथे मी

माझे वानर झाले आहे

व्यथेपुढे मी बोलत नाही

स्वरही कातर झाले आहे

तू गेल्यावर सवय लागली

अक्षर सुंदर झाले आहे

रात्र रात्रभर डोळे माझे लागत नाही
तुझ्याच आठवणीने अश्रू थांबत नाही

मी शेवटच्या श्वासालाही असेल सोबत
स्वार्थासाठी केवळ नाते जोडत नाही

कैक ठिकाणी मला टाळले दुनियेने पण
मी दुनियेला कवेत घेतो टाळत नाही

किती असावे दोघांचेही प्रेम अनोखे
झाडाशिवाय वेल एकटी वाढत नाही

आताही मी तुझीच पत्रे वाचत असतो
आताही मी कधीच पत्रे फाडत नाही

अपुल्याच जिंदगीची आरास मोडल्यावर
मी लागलो लिहाया खुप त्रास सोसल्यावर

आता उगाच का तू रडतोय पावसाळा
दुष्काळ सोसल्यावर गळफास घेतल्यावर

डोळ्यात आसवांची भरली असेल शाळा
तू देह त्यागल्यावर मी श्वास सोडल्यावर

देऊ नकोस इतके आभास ही मला तू
जगणे मरून जाते हे भास वाढल्यावर

इतक्यात फार छळले होते मला उन्हाने
झालेत दुःख हलके झाडास बोलल्यावर

किती योजना फसव्या होत्या

बर्फाच्या तर ठिनग्या होत्या

तपणारी ही उन्हे पाहुनी

पुढे सावल्या रडल्या होत्या

हातोडीचे घाव सोसले

तेव्हा मुर्त्या घडल्या होत्या

इमानदारी नडली त्यांना

पुढ्यात बदल्या पडल्या होत्या

नराधमाला धडा शिकवला

कणखर पोरी कुठल्या होत्या

वेळेआधी जबाबदार्‍या

खांद्यावरती पडल्या होत्या

मरण्यापूर्वी दिसल्या नाही
सरणावरी बरसल्या होत्या

प्रेमच नव्हते तिचे कधी तर
वहीत चिठ्ठ्या कसल्या होत्या

वाढला आहे जगातच रोष इतका
द्यायचा कोणी कुणाला दोष इतका

गर्जना झाल्यात फुसक्या भोवताली
कोण करतो बेबनावी घोष इतका

आत कोणाच्या तरी सामावले जग
वाढला होता कुणाचा कोष इतका

पाहिली चिंता बळीच्या मी घरी अन
चेहरा झालाय माझा शोष इतका

धन नको पदरात देवा पोरगी दे
द्यायचा तर दे मला संतोष इतका

तो गेल्यावर कुंकूची खुण पुसल्यावरती कायम

एक राहते काळी टिकली भाळावरती कायम

नाचत-नाचत रक्त वाहिले कुणास दिसले नाही

नुसती छनछन ऐकू आली कानावरती कायम

डोक्यावर भारा अन काखेमध्ये हंडा दिसतो

पण जगण्याचे ओझे असते पायांवरती कायम

जीवनभर तो सोबत होता सरणावरती नव्हता

फक्त एवढे कर्ज राहिले घामावरती कायम

डोळे भिडले डोळ्यांना प्रेमाची लागण झाली

डोळ्यांचाही डोळा होता डोळ्यांवरती कायम

कुणा कुणाच्या झोळीमध्ये खडतर जगणे येते

आणि सूचना देतो मृत्यू दारावरती कायम

किनाऱ्यावर बसून गाठते तळ डोहाचा

प्रेमाने ती सौदा करते बघ प्रेमाचा

खंगत जातो ज्ञानी माणुस जीवनामधे

आणि केवढा गाजावाजा अज्ञानाचा

कुणी बांधले यंऋांवरती धागे दोरे

कुणी घेतला धसका इतका विज्ञानाचा

वार्धक्याचे दुःख पाहुनी मन तळमळते

जीव कोवळा निघून जातो तारुण्याचा

किती भरवसा होता माझा विश्वासावर

गळा कापला विश्वासाने विश्वासाचा

फुललेली तू हिरवी कविता कोकणातली

मी आहे दुष्काळ कोरडाच विदर्भाचा

ती गेल्यावर एकांताची भिती वाटते
एकांताला सुध्दा माझी भिती वाटते

मला विषारी जनावरांची वाटत नाही
माणसातल्या पण सापाची भिती वाटते

उन्हामुळे झाली झाडाची दुष्काळी गत
पानांना माती होण्याची भिती वाटते

चढायला तर चढून जाऊ शिखरावर पण
पायांना खाली येण्याची भिती वाटते

कुणी कधीही ईश्वर होतो पुजल्या जातो
मला येथल्या दगडांचीही भिती वाटते

थेट कुणाच्या हृदयात कधी जाऊ शकला नाही
आणि कुणाच्या पापणकाठी राहू शकला नाही

याला त्याला दुनियेला तो कायम भेटत गेला
कधी परंतू स्वत: स्वतःला भेटू शकला नाही

घेत राहिला जगाकडुन पण देणे जमले नाही
इतरांसाठी कर्ण कधी तो होऊ शकला नाही

सगळ्यांचे तो ऐकत होता जीव वाचवत होता
निघून गेला दुःख स्वतःचे सांगू शकला नाही

मारुन खातो आनंदाने तो पक्षी प्राण्यांना
कधीच त्यांना साधे पाणी पाजू शकला नाही

जीवनाला वेगळेपण भेटले शहरात होते
आपल्यांचे आपलेपण राहिले खेड्यात होते

फक्त त्यांनी चेहऱ्यावर पुस्तके लिहिलीत माझ्या
पाहिले नाही कुणी जे काळजाच्या आत होते

राज्यकर्त्यांची हवा जर माणसांना लागली तर
माणसे उरतात शुल्लक आणि मोठी जात होते

छान सहली,मौज मस्ती,साजरे क्षण आणि हसणे
हे तुझ्या नसण्यात नाही ते तुझ्या असण्यात होते

खुप गर्दी भोवती पण एकटा मी राहिलेलो
एकटेपण फक्त माझे राहिले कळपात होते

घात केला काळजाचा काळजाने
सावलीचा काढला काटा उन्हाने

का गरीबी आज मुकली दर्शनाला
कायदा केलाय कुठला ईश्वराने

जन्मल्यापासून तर तो दीन होता
जाहला श्रीमंत मुलगी जन्मल्याने

यापुढे लपवून ठेवा काळजीने
खंत होती व्यक्त केली कासऱ्याने

सोसले ते मांडतो जो तोच मोठा
कोण मोठा होत नाही वाहवाने

ठरवले हासून बोलू भेटलो तर
पण अवेळी घात केला आसवाने

प्रेम करण्यासारखे नाही
प्रेम पहिल्यासारखे नाही

घे स्विकारुन वास्तवाला तू
सत्य बघण्यासारखे नाही

प्राणही मी ओतले होते
चित्र लेण्यासारखे नाही

जर उगाचच वाढतो गुंता
बंध सुटण्यासारखे नाही

मन कधीचे वाहते आहे
पण हवेच्यासारखे नाही

पाहत आहे चाळत आहे निवडत आहे
काळ आपली दुःखे बहुदा वेचत आहे

नशिबी माझ्या उजेड काळा आल्यावरती
हात काजव्याचे धरून मी चालत आहे

रोज रोज मी हरेक इच्छा विझवत असतो
रोज रोज पण एक शक्यता जाळत आहे

बिनकामाचा सगळा कचरा काढुन फेका
मेंदूवरती ताण किती हा वाढत आहे

माझ्यावरती बरसत आहे सुखे अताशा
माझ्यावरती कृपा कुणाची बरसत आहे

फिरत राहते कायम अपुल्या अवतीभवती
जीवन अपुल्या मृत्यूची तर पोचपावती

एका दिशेस यश दिशेस दुसऱ्या गाव तिचे
मनात संभ्रम निवडावी मी दिशा कोणती?

होता असंख्य त्यांचा गोतावळा तरी पण
केवळ खांद्यासाठी दिसले चार सोबती

फोल निघाल्या सर्व शक्यता जन्मोजन्मी
आणि विश्व हे टिकून आहे आशेवरती

दोष तिचाही होता अन माझाही होता
उगाच घ्यावा आळ कशाला तिसऱ्यावरती

कोणती होती कहाणी आपल्या दोघातली
व्हायच्याआधीच मध्यांतर कशी ही संपली

एवढ्यावर थांबली होती घराची वाटणी
ऊन घ्यावे कोण अन कोणास द्यावी सावली

ठरवले नव्हते कधी मी जायचे आहे कुठे
चालला रस्ता जिथे ही पावलेही चालली

आज आकाशात मी ताऱ्यास तुटट्या पाहिले
मग अचानक मी मनातच एक इच्छा ओतली

भेटले कोणी कधी तर द्यायची संधी दगा
फक्त काळाने तिची आता हुशारी चोरली

फार वेगानेच होते जीवनाची दुर्दशा
जर कुणी इच्छा जगायाची मधातच सोडली

बांधले त्यांनी विषांचे भोवती कुंपण

धर्म जातीच्या प्रथांचे भोवती कुंपण

जीव तर सोडून गेलेला शरीराला

राहिले पण आठवांचे भोवती कुंपण

मी उन्हामध्येच होते काढले जीवन

मग मिळाले सावल्यांचे भोवती कुंपण

जिंदगीभर तू निनावी ठेवले जिवलग

तुज नको का आपल्यांचे भोवती कुंपण

सूर्य ही रागावला होता कधीकाळी

आणले मग काजव्यांचे भोवती कुंपण

जर यशस्वी व्हायचे आहे तुम्हाला तर

फक्त ठेवा निंदकांचे भोवती कुंपण

अंगणाच्यासारखे मोठे बनवशिल छत

आणशिल कोठून झाडे सावलीसाठी

शेवटी जाऊन मिळते ती समुद्राला

खूप ओढे वाहिले होते नदीसाठी

जिव कितीही लावले जर एकमेकांना

भावकी लढते तरीही संपतीसाठी

आठ होते चार खाल्ले आणि बाकीचे

चार दाणे ठेवलेले पेरणीसाठी

काळजाचे दुःख पानावर उतरल्यावर

कोणते मी दुःख ठेवू पापणीसाठी

एक अश्रू जसा ओघळू लागला

देह सोडून आत्मा पळू लागला

साप पोटातला सळसळू लागला

प्रश्न मोठा भुकेचा छळू लागला

जसजशी ती निघाली भरोस्यापुढे

तोल नात्यातलाही ढळू लागला

लागली यायची ती खबर त्यास अन

एक रस्ता सरळ पण वळू लागला

एक होती नदी कोरडी जाहली

एक ओढा पुन्हा खळखळू लागला

शासनाचा मिळाला धनादेश अन

शांततेने बळीही जळू लागला

खूप वर्षांत ती आज आली पुढे
घाव होता जुना भळभळू लागला

देवा तुझ्यापुढे मी ही करतोय मागणी
रोज भरू दे गरिबाच्या पोटाची खळगी

आधुनीकतेच्या जगात या इतके घडले
दुःखे झाली सरकारी अन सुखे खाजगी

मरणाच्या प्रश्नावर तर उत्तर होते पण
जगण्याच्या प्रश्नांची भरली होती कणगी

तोच पेटून उठतो आहे जगामधे या
काळ टाकतो पुढ्यात ज्यांच्या ज्वलंत ठिणगी

बापाच्या डोक्यावर एकच चिंता असते
फक्त सुखाने पोरीची व्हावी रवानगी

एक प्याला मी रिचवला टॉप टू बॉटम

तोल माझाही घसरला टॉप टू बॉटम

मी पणाचा फार होता गर्व त्याला पण

एक झटक्याने उतरला टॉप टू बॉटम

भरवसा पकडून होता घट्ट धाग्याला

संशयाने पण उसवला टॉप टू बॉटम

ठरवले होते कधी बदलायचे नाही

मित्र आताशा बदलला टॉप टू बॉटम

मुखवट्यातिल माणसांना वाचल्यानंतर

अर्थ जगण्याचा उमगला टॉप टू बॉटम

जिंदगीभर आळशीपण वाढले इतके

काळ हातातुन निसटला टॉप टू बॉटम

माणुसकी तर हरवुन गेली कोण्या काळी

अविश्वास पण इथे निरंतर देतो टाळी

फुलण्याआधी तुटून गेली एक डहाळी

दुःखाने या रडते आहे एक हराळी

जीवनभर जी मागत होतो झोप सुखाची

तीच भेटली आयुष्याच्या संध्याकाळी

बहिरा येथे कान देउनी ऐकत असतो

आणि मुकाही फोडत असतो बघ डरकाळी

नकळत जातो फिरायला अन फसतो आपण

कोण? शिकारी अपुल्यासाठी विणतो जाळी

कुणास नाही अजून त्यांचा खेळ समजला

दुःख सुखांशी खेळत असतो आळीपाळी

पाहिल्यावर गोष्ट इथली चूक दिसते

काळजाला पण खरे ठावूक दिसते

काळजी कोणीच कोणाची करेना

ही मनाची फक्त गुंतवणूक दिसते

ओळखीचा आज रस्ता भेटल्यावर

आठवण झाली पुन्हा भावूक दिसते

सापडत नाही तिलाही वेगळे घर

वेदना माझी मला अंधूक दिसते

पाहणाऱ्यालाच दिसतो घाण कचरा

उचलणाऱ्याला उद्याची भूक दिसते

सोबतीला जर उन्हाच्या सावली होती
गोष्ट इतकी ही खरोखर चांगली होती

खंत इतकी या मनाला राहिली केवळ
एक इच्छा व्यर्थ होती वाढली होती

ऐनवेळी मी पकडला हात चांदीचा
वाट सोन्याची अवेळी हरवली होती

शक्यतेवर ठरविले होते जगायाचे
नेमकी ती शक्यता अंधारली होती

नेमकी सरणावरी मज लागली उचकी
शेवटी पण आठवण तू काढली होती

सीट बाजूची रिकामी ठेवली कायम
मी तुझी राखून जागा ठेवली होती

पर्यावरणाचा कोणीही वाली नाही

झाडालाही रक्षण करण्या ढाली नाही

प्रयत्न करतो लिहिण्याची मी सुंदर रचना

तुझ्याएवढी अजून सुंदर झाली नाही

साऱ्या गोष्टी लयीत केल्या इथे परंतु

जगण्याची लय कधी पकडता आली नाही

कष्ट घेतले पडलो अन धडपडलो कायम

इच्छा माझी कधी गरोदर झाली नाही

सखी लाजल्यानंतर दिसते जितकी लाली

सूर्याच्याही जवळ एवढी लाली नाही

केवढे होते निरागस प्रेम केले एकतर्फी

सावलीसाठी अशाने ऊन मेले एकतर्फी

मी तुझ्यावाचून येथे राहिलो होतो जसे की

पावसावाचून वावर राहिलेले एकतर्फी

कोणता निर्णय नदीचा राहिला होता अबाधित

देखणे ओढे किती वाळून गेले एकतर्फी

जर तुझी प्रत्येक इच्छा पूर्ण झालेली खुशीने

का तरीही स्वप्न माझे भंगलेले एकतर्फी

कोणत्या घटनेमुळे या पापण्यांना पूर आला

वाहुनी सर्वस्व माझे दूर नेले एकतर्फी

करतो आहे नेमाने दिनरात हुशारी
चालत नाही त्याची पण स्वर्गात हुशारी

आत मनाच्या आपण केवळ काटा जपतो
पाहत नाही कधी फुला पानात हुशारी

माणुस केवळ ज्ञानी बनतो शहरामध्ये
व्यावहारिक खरी असते खेड्यात हुशारी

प्रेमाने ती ओठांमध्ये ओठ मिसळते
आणि मधातच करून जातो दात हुशारी

फक्त एवढी खंत राहिली सूर्याला की
गेला विसरून दिव्याच्या नादात हुशारी

फक्त ओळख तो पुसटशी दाखवाया लागला

फार नंतर मग स्वतःला ओळखाया लागला

दुःख इथले पाहुनी तो घाबराया लागला

आतल्या कोलाहलाला सावराया लागला

हर्ष झाला नेमकी पाहून सृष्टी देखणी

जन्म माझा मग इथेही वावराया लागला

नेमके आजन्म केले सावलीवर प्रेम मी

अन उन्हाचा एक तुकडा रागवाया लागला

काय सांगावे कळेना याच दुविधेच्या मधे

हासला नंतर स्वतःला सावराया लागला

आणला होता धरुन आनंद मी माझ्या घरी

काळ दुःखाची पिपाणी वाजवाया लागला

काय बोलू बोलल्याने फरक पडतो

शांत सुध्दा राहल्याने फरक पडतो

ध्येय गाठू चालल्यावर हे खरेपण

चालताना थांबल्याने फरक पडतो

फक्त संशय वाढल्याने पडत नाही

आपलेपण गोठल्याने फरक पडतो

तेच ते केल्यास काही होत नाही

वेगळेपण शोधल्याने फरक पडतो

साचल्यावर होत नाही फार काही

नेहमी सुख वाटल्याने फरक पडतो

उंबऱ्याला अंगणाला अन घराला

जीर्ण नाते तोडल्याने फरक पडतो

घाव असता आठवण असते सखीची
घाव पण तो वाळल्याने फरक पडतो

या यशामध्ये सखे वाटा तुझा

टोचला होता मला काटा तुझा

पूर्ण तू बरबाद झाली सांगते

काय झाला सांग ना घाटा तुझा

एकट्याला सोडुनी गेलीस तू

जन्मभर नडला मला टाटा तुझा

पाहिले ना एकही मॅसेज तू

राग हा की संपला डाटा तुझा

मी अताशा शोधला रस्ता नविन

लागतो वाटेत पण फाटा तुझा

जेव्हा जेव्हा दुनिया माझी दुःखी होती

हजार दुःखावरती उपाय मुलगी होती

टीव्ही फ्रिज कुलर मोबाईल गाडी नव्हती

तेव्हा मित्रा फक्त सुखाची नांदी होती

चढत राहिली केवळ इथली दुनिया वरवर

खऱ्या यशाची मिळकत पायाखाली होती

तत्व बिनचूक सांगत होता एक बेवडा

खरे जरी हे तेव्हा त्याला चढली होती

जिवंत होती मनात तेवत एक शक्यता

साधीभोळी इच्छा त्याला नडली होती

इथे वावर कसा झाला विषारी फक्त काट्यांचा

फुलाला काळ कुठला चांगला होता बहरण्याचा

खरे उत्तर कधी नव्हते मनाच्या घालमेलीला

तिला भीती बरसण्याची मला धोका प्रवाहाचा

तिची ही बातमी कळली घरी परतून आल्याची

खरी ही वेळ होती का जुना मौसम परतण्याचा

परेशानी किती झाली उगाचच जन्म मृत्यूने

कधीचा खेळ आहे चालला हा देह आत्म्याचा

जिला होती शिकवली मी खऱ्या प्रेमातली व्याख्या

पुढे ती चालती झाली धडा शिकवून प्रेमाचा

चालत होतो सुखात रस्ता तुझ्या दिशेने

चालत आली दुःखे सोबत कडेकडेने

ताटामध्ये ठेवत होता पोळी शिल्लक

कुणी भुकेला येइल दारी या आशेने

चंद्र चांदण्या सूर्य नि पृथ्वी बदलत नाही

केवळ दुनिया बदलत गेली तऱ्हेतऱ्हेने

त्या वाटेवर अजून मन रेंगाळत आहे

साथ सोडली होती माझी ज्या वाटेने

या जन्मी तर कायम त्याने चोरी केली

मान तरीही झुकली ना त्याची शरमेने

सर्व विसरतो पण शाळेला विसरत नाही

माणूस बनवले यार मला या शाळेने

सुखे यायची केवळ होती भणक लागली

वाट्यात जीवघेणी माझ्या सडक लागली

खोल उतरल्या गेलो जेव्हा हृदयात तिच्या

मला आतली बाजू थोडी टणक लागली

चिंतेत जन्म माझा अवघा निघून गेला

चितेवर सुखासोबत माझी धडक लागली

एका दमात होता सारा संपला घडा

तहान सुध्दा मला किती भयानक लागली

ठरवले तुला जेव्हा विसरायचे प्रिये मी

ठोकर तेव्हा मला खरी अचानक लागली

वाढला नुसताच गोंधळ याठिकाणी

चालली खोटीच चळवळ याठिकाणी

भेटले काटेच केवळ सर्व जागी

अन सुगंधी फक्त दरवळ याठिकाणी

नेमका आहे कुठे मुक्काम माझा

मी कुठे शोधायचा तळ या ठिकाणी

एक चुकता शब्द घडते फक्त दंगल

धर्म जातीचीच जर कळ याठिकाणी

मोकळा तर श्वास घेता येते नाही

अन शिकारी लावतो गळ याठिकाणी

साजरा होतो भुकेचा सोहळा अन

बोचरी पोटात वळवळ याठिकाणी

वाचल्या जातील नजरा फार वेगाने
बंद कर तू पापणीचे दार वेगाने

ठेव पोरी पाय सांभाळून येथे तू
बघ जगामध्ये पसरला अंधार वेगाने

मी स्तुती केली तिची अन मारला चौका
मग मिळाला मज तिचा होकार वेगाने

पाहिला आधीच मी आकार दुनियेचा
अन मनाने घेतला आकार वेगाने

रोज थोडी फार कटकट पाहिजे असते
मग सुखी होतोच बघ संसार वेगाने

ये सजूनी छानपैकी भेटण्याला तू
पाहिल्यावर कर मला गपगार वेगाने

चार खोल्या अंगणाची वाटणी केली
मायच्या मग काळजाची वाटणी केली

बाप होता तोवरी तर ठीक होते पण
बाप गेल्यावर धुऱ्याची वाटणी केली

वाटल्या गेले अगोदर रंग झेंडेही
त्यापुढे मग माणसांची वाटणी केली

कोण अपुले कोण परके शोधले नाही
चेहऱ्यावर मुखवट्यांची वाटणी केली

एवढा का कोपला होता निसर्गा तू
शेत पाहुन पावसाची वाटणी केली

आर्त जखमा काळजाला दाखवू
काळजाची सल कुणाला दाखवू

जात येते आड येथे नेहमी
सत्य हे त्या पुस्तकाला दाखवू

मी उन्हासाठीच झिजते बोलली
सावलीची सल उन्हाला दाखवू

एकटा गोठ्यामधे तो ओरडे
गाय आता वासराला दाखवू

भीत नाही कोण येथे या तुम्ही
हा दरारा संकटाला दाखवू

हृदयात तिच्या एक सुगंधी बाग पाहिजे

फार नको पण जरा प्रितीची आग पाहिजे

किती विषारी जनता आहे जगामध्ये या

दंश कराया अता कशाला नाग पाहिजे

सत्वशील ती जीवन जगली अंती म्हटली

जगण्यासाठी चारित्र्यावर डाग पाहिजे

आयुष्याला घामाने भिजवून टाकले

जळेन मी ही फक्त चितेवर साग पाहिजे

जात धर्म अन चालीरीती गाडू शकतो

माणुसकी मग आयुष्याचा भाग पाहिजे

कशाला आज मी दावू तुला हृदयातल्या जखमा

कधी सांभाळल्या का तू तुझ्या-माझ्यातल्या जखमा

फिरुन आलीच आहे तर नको सोडून जाऊ तू

कसे देऊ तुला अंतर म्हणाल्या आतल्या जखमा

नको ना पोखरू आता पुन्हा माझ्याच हृदयाला

अजुन ताज्याच आहे त्या जुन्या काळातल्या जखमा

जुन्या झाल्या जरी आता तुझ्या माझ्यातल्या गोष्टी

नव्या आहे दिलेल्या तू जुन्या घावातल्या जखमा

किती सांभाळले होते मला तू अन तुला मी ही

हिशोबाने मला आल्या तुझ्या वाट्यातल्या जखमा

कुठे कुठे मी शोधू तुजला या पटलावर
हक्क कधीही नव्हता माझा ज्या प्रेमावर

सांग तुला मी लिहून ठेवू कसे मनावर
नुसत्या जखमा दिल्यावरी तू या देहावर

फुले उधळली रस्ता सजला तुझ्या स्वागता
आली नाही कधीच तू पण त्या रस्त्यावर

सोडून तुझी वाट चालतो जगावया पण
किती वेदना कोरुन गेली तू हृदयावर

अंती कळले तुझे प्रेम हे प्रेमच नव्हते
प्रेम तरी का कोरत होतो मी दगडावर

अश्रुंना बस इतके माहित भरणे म्हणजे

पण डोळ्यांना समजत जाते गळणे म्हणजे

उगाच नाही भार जगाचे वाहत असतो

रस्त्यालाही माहित असते जगणे म्हणजे

निघालास तर नकोस थांबू अध्यांवरती

माहित नसते पायाला अडखळणे म्हणजे

तुटता तुटता तुटून जाते अल्लड मन हे

नंतर कळते कठीण असते जुळणे म्हणजे

कशास देता उदरामधेच मरण मुलीला

नसल्यावरती कळते मुलगी असणे म्हणजे

रडल्यानंतर हसणे येते जीवनामधे

पण हसण्याला माहित नसते रडणे म्हणजे

नात्यामधले धागे जेव्हा उसवत होते

अंतर अपुल्या दोघांमधले वाढत होते

माणुसकीची वाट पकडली जेव्हा जेव्हा

तेव्हा तेव्हा लोक मला मग टाळत होते

स्पर्धेसाठी काही हाती नव्हते त्यांच्या

समोरच्याला मागे मागे ओढत होते

जिवंत काळी कधी कुणी ना पुसले त्याला

मेल्यावरती किती आठवण काढत होते

निवडुन आले वचन वायदे सर्व विसरले

वेळप्रसंगी तळवे सुध्दा चाटत होते

खरे पचवणे अवघड होते 'त्याही' नंतर

इतक्यासाठी खरे बोललो नाही नंतर

बाप अकाली निघून गेला व्यसनापायी

कर्जापायी जमीन विकली काही नंतर

बटण चुकीचे दबले होते म्हणून बहुधा

मिटली नाही बोटावरची स्याही नंतर

चपळाईने नेत्यांनी घोटाळे केले

हमसुन रडली संसद नि लोकशाही नंतर

भणक लागली होती विधवे तुला जगाची

कुंकू भाळी लावले बारमाही नंतर

या व्यसनांची स्वतःच मोळी केली त्याने

आयुष्याची होळी होळी केली त्याने

त्याच्या नशिबी भूक ऐवढी कणखर होती

म्हणून दगडाचीही पोळी केली त्याने

वडिलोपार्जित त्यास मिळाल्या संपत्तीची

नशेनशेत राखरांगोळी केली त्याने

धावत सुटला शब्दांमागे वेड्यागत अन

नंतर आशयघन चारोळी केली त्याने

पदरामध्ये त्याच्या काही उरले नव्हते

देवासमोर म्हणून झोळी केली त्याने

मतला मक्ता राबता उला सानी साधत

शेरांची मग सुंदर टोळी केली त्याने

गुलाब चाफा कधी जुई तर जाई होते

थकल्यानंतर कविता मग अंगाई होते

जीवन सुंदर आहे मित्रा जगून घे ना

इतक्या लवकर का मरणाची घाई होते

कथा आमची लिहून ठेवा कुठेतरी ही

मी होतो कोरा कागद ती शाई होते

'मासिक पाळी' लाभच आहे विटाळ नाही

तिच्यामुळे तर बाईचीही आई होते

वारकऱ्याची वारी जेव्हा चुकते तेव्हा

घरीच विठ्ठल बाप माय रखुमाई होते

राहायचे तुला जर हृदयात नेहमी

विश्वास पाहिजे मग प्रेमात नेहमी

सांगू नको मला तू गोष्टी तुझ्या खऱ्या

मी राहिलोच आहे खोट्यात नेहमी

सांभाळते खळी अन केसामधील बट

सांभाळ गोडवा पण ओठात नेहमी

राहू कशास येथे शुद्धीत मी प्रिये

भांबावतो तुझ्या मी नादात नेहमी

नाही कधीच आली परतून तू पुन्हा

मी ठेवले तुलाही माझ्यात नेहमी

पोट रिकामे रात्र रात्रभर सुध्दा जागू शकते

भूक तेवढी लाचारीने भाकर मागू शकते

मला भ्रमंती नावडती पण तुझ्याचसाठी राणी

मला नेमके तुझे पाखरू व्हावे लागू शकते

जितके मिळते तितक्यात सुखी राहू शकतो आपण

जशी दुधाची ताकावर पण तहान भागू शकते

प्रेमकहाणी जातींमध्ये इतकी बरबटते की

जगण्यापेक्षा प्रेमवीर ही जीवन त्यागू शकते

एक बातमी यंदा येवो पेपरमध्ये देवा

‘विधवा अपुल्या मनमर्जीने खुशाल वागू शकते’

दोघांमधून एक निघाला काय राहिले बाकी

फक्त राहिले शून्य म्हणाला काय राहिले बाकी

कत्तल केली झाडांची अन घरे बांधली मोठी

झाडाजागी नुसता पाला काय राहिले बाकी

आजाराने होते नव्हते सारे काही नेले

उरले कुंपण फक्त घराला काय राहिले बाकी

पैशासाठी दगदग केली जगण्यासाठी मरमर

देह तरी राखेत मिळाला काय राहिले बाकी

शेतीसाठी शेतकऱ्याने खिसे रिकामे केले

आणि शेवटी विष तो प्याला काय राहिले बाकी

प्रेमामधे विषाचे कित्येक घोट प्यालो

सखये अशारितीने आजन्म मी जळालो

जर भेटलीस तू तर लांबून जा जराशी

मागून प्रेयसीला इतकेच मी म्हणालो

आहे कितीक बाकी सांगू कसे कुणाला

तितकाच राहिलो मी जितका तुला कळालो

काहीच होत नाही प्रेमात हारल्यावर

समजून हे खरे मी आता परत निघालो

दिसलोच मी कधी तर पाहून हासते ती

पाहून खुश तिला मी आलो निघून आलो

प्रेमात मी कुणाच्या पडणार ना कधीही

होणार मी कुणाचा जेव्हा तुझा न झालो

जगात आहे जेव्हापासुन काळी माती

मागे आहे तेव्हापासुन साडेसाती

रंग वेगळे असते इथल्या पाण्याचेही

समुद्र,विहिरी यांनाही जर असत्या जाती

तेलाशिवाय मंदिरातली पणती विझली

कागदपत्री वाऱ्यामुळेच विझल्या वाती

जसजशी काळजीही झाली ऑनलाईन

पक्क्या धाग्यांचीही होती तुटली नाती

शहरामध्ये बॉय कधीही खातो पिझ्झा

पोर आमुची पाण्यासोबत भाकर खाती

काय लागते बोलायाला बोलुन घेतो

तशी कुणाची असते छप्पन इंची छाती

नस दुःखाची धरून आहे कायम येथे

फक्त सुखाची नस ती लागत नाही हाती

घाव सोसल्यानंतर कळले जगणे बाकी आहे
जगणे बाकी आहे म्हणजे मरणे बाकी आहे

तुला आठवण हल्ली माझी येतच नाही म्हणते
हृदयात तुझ्या बहुदा माझे शिरणे बाकी आहे

खचलो नाही दमलो नाही अजुन जिंकलो नाही
परिस्थितीशी अजून माझे लढणे बाकी आहे

इतक्यात नको कुऱ्हाड मारू झाडावरती मित्रा
अजून त्याचे सिद्ध स्वतःला करणे बाकी आहे

इतरांसाठी जगतो 'चेतन' अपुल्यासाठी मरतो
अजून माझे खरे चेहरे बघणे बाकी आहे

एक नवरी छान सजते रोज रात्री

एक विधवा फक्त रडते रोज रात्री

जी भुकेचे छान पैकी सोंग करते

का तिलाही पोट डसते रोज रात्री

दर सकाळी रोज मजला भेटते सुख

प्रार्थना 'ती' कोण करते रोज रात्री

लेकरांची भूक शमवूनी बिचारी

देह जाळायास बसते रोज रात्री

ती प्रकाशाला कशी देते इशारा

जी तमाशी लढत असते रोज रात्री

पुन्हा एकदा अवचित घडले
जरा जास्त पण किंचित घडले

एकेकाळी अनोळखी पण
नंतर नंतर परिचित घडले

घडायचे जे घडले नाही
जे घडले तेच क्वचित घडले

पैशासाठी सावकार अन
देशासाठी वंचित घडले

पाउस वारा भेट आपली
इतके सारे संचित घडले

आपले कोणीच नाही भेटले

शेवटी पर्याय काही भेटले

सुख मिळाले पावसाळ्यासारखे

दुःख केवळ बारमाही भेटले

वाहती नाही नदीही भेटली

नेमके ओढे प्रवाही भेटले

फार नव्हते दुःख अपुले वेगळे

जे तुला ते ते मलाही भेटले

जन्मभर माणूस नाही भेटला

धर्म जाती पंथ काही भेटले

जीवही आहे तुझ्यावर रागही आहे
पण तरी तू जीवनाची भागही आहे

बहरलेल्या चंदनाची बागही आहे
सोबतीला कोपऱ्यावर सागही आहे

काळजाला लागलेली आगही आहे
अन मनावर कोरलेले डागही आहे

झोपलो आहे तरीही जागही आहे
यामधे मोठा तुझा सहभागही आहे

वेगळ्या वाटा निवडणे भागही आहे
सोबतीला जर विषारी नागही आहे

ज्याला कळते गरिबांसाठी चादर होणे

त्याला जमते दुसऱ्यांसाठी भाकर होणे

आभाळाला कवेत घेता आले असते

वेळेवर जर जमले असते तत्पर होणे

आर्त मनाच्या गाभाऱ्यातुन सुगंध यावा

सुंदर दिसणे म्हणजे नसते सुंदर होणे

डोळ्यात तिच्या कविता सादर होत राहते

म्हणून मजला जमले नाही सादर होणे

स्मशानात घमघमलो असतो फुलासारखा

पण देहाला जमले नाही अत्तर होणे

शेवट तर प्रेमाचा झाला तडकाफडकी
हात तरीही सुटले नाही सहजासहजी

आश्वासन अन किती घोषणा पाउस नुसता
त्यानंतर तर झाली केवळ तुडवातुडवी

जो येतो तो फसवत असतो अपुल्याला तर
राजकारण म्हणजे आपली फसवाफसवी

जे दिसते ते स्विकारतो अन फसतो आपण
आपण कोठे बघतो हल्ली असली नकली

खरे राहिल्यामुळेच आले मरून जगणे
जगण्यासाठी करू एकदा बनवाबनवी

प्रेमामधले सारे कावे कळले नाही

प्रेमामध्ये वरचढ होणे जमले नाही

येता जाता मन माझे का? सांगत आहे

विश्वामध्ये काही आता उरले नाही

ही दुनियाही मंतरलेली वाटत आहे

मरण्यापुरते जगणेही परवडले नाही

मरण्यासाठी होते कारण माझ्यापाशी

जगण्यासाठी पण कारण सापडले नाही

जीवन माझे एकाकी झाल्यावरती बघ

गर्दीच्या वाटेवर पाउल वळले नाही

सावली अन उन्हासारखी

बदलली तू पुन्हा सारखी

घाव जर देत आहे मला

भासते तू सुऱ्यासारखी

जर नवा पाहिजे मी तुला

भेट तू ही नव्यासारखी

दरवळत राहते भोवती

ती सुगंधी फुलासारखी

सोडुनी साथ झालीस तू

शेवटी पावसासारखी

हौस होती जरी जिंकण्याची मला

हौस नव्हती कधी हारण्याची मला

एवढा वाढला जोर नात्यातला

राहिली ना गरज भांडण्याची मला

का मला सांगता रीत ही वेगळी

जर प्रथा वाटली वाटण्याची मला

संपले मी अता बोलली शेवटी

काय होती गरज सांगण्याची मला

जीवनाच्या पुढे मी मला ठेवतो

लागली का सवय धावण्याची मला

जसजशी प्रेमात वाहू लागली

वेदना खोलात जाऊ लागली

ती स्मरावी फक्त आता एकदा

काळजाची हाक सांगू लागली

माणसांचा भरवसा नाही अता

श्वापदांची जात बोलू लागली

नेमका उगवेल कसला दिन उद्या

काळजीने रात्र जागू लागली

फाटके आयुष्य होते केवढे

हे सुई धाग्यास सांगू लागली

कितीक आले कितीक गेले खुर्चीसाठी एका

नुसत्या लोभापायी मेले खुर्चीसाठी एका

हात जोडतो,पाया पडतो,पक्ष फोडतो आहे

नेता करतो किती झमेले खुर्चीसाठी एका

पक्षाला घर म्हणतो अन नेत्याला म्हणतो बाबा

भावालाही अंतर केले खुर्चीसाठी एका

गावांमध्ये आले आहे अच्छे दिनचे वारे

नेता करतो बहुदा येले खुर्चीसाठी एका

खुर्चीसाठी लागत होते गणीत जमले नाही

आमदार मग पळवुन नेले खुर्चीसाठी एका

दुष्काळाने शेतकरीही रडत राहिले जन्मोजन्मी
शेतामध्ये पीक कोवळे कुढत राहिले जन्मोजन्मी

एक राहिला या काठावर एक राहिला त्या काठावर
जवळ यायला दोन किनारे झुरत राहिले जन्मोजन्मी

आनंदाचा जीवनात क्षण कधीच त्यांच्या आला नाही
दुःख पचवून गतकाळाचे हसत राहिले जन्मोजन्मी

दिशा यशाची कुठली होती कधीच हाती आली नाही
रस्ता-रस्ता इथे माणसे चुकत राहिले जन्मोजन्मी

खरी लढाई लढले नाही केवळ इतके होत राहिले
सगळेजण परिवारासोबत लढत राहिले जन्मोजन्मी

कोण म्हणतो फक्त वापर काळजाचा होत नाही

पाहिजे तितका कधी वापर मनाचा होत नाही

पाहिल्यावर माणसांना मुखवटे दिसतात हल्ली

फारसा उपयोग आता आरशाचा होत नाही

रंग सरड्यासारखा बदलून घेतो त्रास आता

सावलीचा त्रास होतो पण उन्हाचा होत नाही

पीक सगळे वाळल्यावर जीव खालीवर बळीचा

जीव खालीवर कधीही पावसाचा होत नाही

नेहमी करतोच आपण पोपटांची वाहवा पण

नेमका सन्मान केव्हा कावळ्यांचा होत नाही